Mon Cahier de
Fiche Lecture

Mes informations personnelles

Nom & Prénom

Adresse

Téléphone

E-mail

Sommaire

Bibliothèque

Titre	Auteur	Page

Bibliothèque

Titre	Auteur	Page

Bibliothèque

Titre	Auteur	Page

Bibliothèque

Titre	Auteur	Page

Bibliothèque

Titre	Auteur	Page

Titre de livre_______________________________ Pages______

Auteur :__________________ Année de parrution :________

Genre :__________________ Thème : ______________

Débuté le : _______________ Terminé le :_______________

Personnage (s) Principal (aux) :_________________________

____

Pages

____ ______

____ ______

____ ______

____ ______

____

____

____

____

____

____

☆ ☆ ☆ ☆ ☆

Titre de livre____ Pages______

Auteur :_____________________ Année de parrution :________

Genre :______________________ Thème : _________________

Débuté le :__________________ Terminé le :______________

Personnage (s) Principal (aux) :_______________________

____

Mes Citations Préférées

Pages

____ ____________

____ ____________

____ ____________

____ ____________

Résumé

____

____

____

____

____

____

Appréciation

8

Titre de livre______________________ Pages_____

Auteur :________________ Année de parrution :_______

Genre :________________ Thème : _______________

Débuté le :________________ Terminé le :_______________

Personnage (s) Principal (aux) :_______________

____

Mes Citations Préférées

Pages

_______________________________ ___

_______________________________ ___

_______________________________ ___

_______________________________ ___

Résumé

____

____

____

____

____

____

Appréciation

☆ ☆ ☆ ☆ ☆

Titre de livre_______________________________________ Pages_____

Auteur :___________________________ Année de parrution :________

Genre :___________________________ Thème : ________________

Débuté le :________________________ Terminé le :_______________

Personnage (s) Principal (aux) :_________________________________

____

Pages

____

____

____

____

____

____

____

____

____

____

☆ ☆ ☆ ☆ ☆

Titre de livre________________________________ Pages______

Auteur :________________ Année de parrution :________

Genre :________________ Thème : ________________

Débuté le :________________ Terminé le :________________

Personnage (s) Principal (aux) :________________

____

Pages

____ ______

____ ______

____ ______

____

____

____

____

____

____

____

☆ ☆ ☆ ☆ ☆

Titre de livre_____________________________________ Pages_____

Auteur :_________________ Année de parrution :_______

Genre :_________________ Thème : _______________

Débuté le :_______________ Terminé le :_____________

Personnage (s) Principal (aux) :_______________________

____

Pages

____

____

____

____

____

____

____

____

____

____

☆ ☆ ☆ ☆ ☆

12

*Titre de livre*_______________________________ Pages_____

Auteur :________________ Année de parrution :________

Genre :________________ Thème : ________________

Débuté le : ________________ Terminé le : ________________

Personnage (s) Principal (aux) : ________________

____

Mes Citations Préférées

Pages

_______________________________________ ______

_______________________________________ ______

_______________________________________ ______

_______________________________________ ______

Résumé

____

____

____

____

____

____

Appréciation

☆ ☆ ☆ ☆ ☆

13

Titre de livre_______________________________________ Pages_____

Auteur :________________________ Année de parrution :________

Genre :________________________ Thème : _________________

Débuté le :_____________________ Terminé le :______________

Personnage (s) Principal (aux) :_________________________

____

Mes Citations Préférées

Pages

____ _______

____ _______

____ _______

____ _______

Résumé

____

____

____

____

____

____

Appréciation

14

Titre de livre____ Pages______

Auteur :_____________________ Année de parrution :________

Genre :_____________________ Thème : _________________

Débuté le : _________________ Terminé le : ______________

Personnage (s) Principal (aux) :___________________________

____

Mes Citations Préférées

Pages

____ ______

____ ______

____ ______

____ ______

Résumé

____

____

____

____

____

____

____

Appréciation

Titre de livre_______________________________ Pages_____

Auteur :_______________ Année de parrution :_______

Genre :_______________ Thème : _______________

Débuté le :_______________ Terminé le :_______________

Personnage (s) Principal (aux) :_______________

____

Pages

_______________________________________ ________

_______________________________________ ________

_______________________________________ ________

_______________________________________ ________

____

____

____

____

____

____

☆ ☆ ☆ ☆ ☆

16

Titre de livre_________________________________ Pages_____

Auteur :__________________ Année de parrution :________

Genre :___________________ Thème : _______________

Débuté le :________________ Terminé le :_____________

Personnage (s) Principal (aux) :_____________________

____

Mes Citations Préférées

Pages

_______________________________________   ____

_______________________________________   ____

_______________________________________   ____

_______________________________________   ____

Résumé

____

____

____

____

____

____

Appréciation

☆ ☆ ☆ ☆ ☆

16

Titre de livre_______________________________________ Pages_____

Auteur :________________________ Année de parrution :__________

Genre :_________________________ Thème : _______________________

Débuté le :_____________________ Terminé le :___________________

Personnage (s) Principal (aux) :___________________________________

____

Pages

____ ________

____ ________

____ ________

____ ________

____

____

____

____

____

____

☆ ☆ ☆ ☆ ☆

Titre de livre_________________________________ Pages______

Auteur :__________________ Année de parrution :________

Genre :__________________ Thème : ________________

Débuté le : ________________ Terminé le :______________

Personnage (s) Principal (aux) :_____________________

____

Pages

____ ______

____ ______

____ ______

____ ______

____

____

____

____

____

____

☆ ☆ ☆ ☆ ☆

19

Titre de livre____ Pages______

Auteur :_________________________ Année de parrution :__________

Genre :__________________________ Thème : ___________________

Débuté le : ______________________ Terminé le :________________

Personnage (s) Principal (aux) :________________________________

____

Pages

____

____

____

____

____

____

____

____

____

____

20

Titre de livre_____________________________________ Pages______

Auteur :_____________________ Année de parrution :________

Genre :_____________________ Thème : _________________

Débuté le :_________________ Terminé le :______________

Personnage (s) Principal (aux) :_____________________________

____

Mes Citations Préférées

Pages

____ ______

____ ______

____ ______

____ ______

Résumé

____

____

____

____

____

____

Appréciation

Titre de livre_______________________________________ Pages_____

Auteur :_______________________ Année de parrution :_________

Genre :________________________ Thème : ________________

Débuté le :_____________________ Terminé le :________________

Personnage (s) Principal (aux) :_________________________________

____

Pages

____ _____

____ _____

____ _____

____ _____

____

____

____

____

____

____

22

Titre de livre_________________________________ Pages_____

Auteur :__________________ Année de parrution :________

Genre :__________________ Thème : _______________

Débuté le :________________ Terminé le :_____________

Personnage (s) Principal (aux) :___________________

____

Pages

____ ______

____ ______

____ ______

____ ______

____

____

____

____

____

____

____

23

Titre de livre_________________________________ Pages_____

Auteur :_________________ Année de parrution :_______

Genre :_________________ Thème : _______________

Débuté le :_______________ Terminé le :_____________

Personnage (s) Principal (aux) :_________________________

____

Pages

____ _______

____ _______

____ _______

____ _______

____

____

____

____

____

____

____

☆ ☆ ☆ ☆ ☆

24

Titre de livre____ Pages______

Auteur :_____________________ Année de parrution :________

Genre :______________________ Thème : _______________

Débuté le :___________________ Terminé le :_______________

Personnage (s) Principal (aux) :______________________________

____

Mes Citations Préférées

Pages

____ ________

____ ________

____ ________

____ ________

Résumé

____

____

____

____

____

____

Appréciation

25

Titre de livre_________________________________ Pages_____

Auteur :________________ Année de parrution :_______

Genre :________________ Thème : _______________

Débuté le :______________ Terminé le :_____________

Personnage (s) Principal (aux) :_______________________

____

Pages

____ _______

____ _______

____ _______

____ _______

____

____

____

____

____

Titre de livre_________________________________ Pages______

Auteur :_________________________ Année de parrution :________

Genre :__________________________ Thème : _________________

Débuté le :_______________________ Terminé le : ______________

Personnage (s) Principal (aux) :_________________________________

____

Mes Citations Préférées

Pages

____ ________

____ ________

____ ________

____ ________

Résumé

____

____

____

____

____

____

____

Appréciation

27

Titre de livre___________________________________ Pages_____

Auteur :_____________________ Année de parrution :________

Genre :______________________ Thème : ________________

Débuté le :___________________ Terminé le :_____________

Personnage (s) Principal (aux) :_______________________

____

Mes Citations Préférées

Pages

____ ____

____ ____

____ ____

____ ____

Résumé

____

____

____

____

____

____

____

Appréciation

☆ ☆ ☆ ☆ ☆

28

*Titre de livre*______________________________ *Pages*_____

Auteur :_________________ Année de parrution :_______

Genre :_________________ Thème : _______________

Débuté le :_______________ Terminé le :_____________

Personnage (s) Principal (aux) :_________________________

____

Pages

____

____

____

____

____

____

____

____

____

____

☆ ☆ ☆ ☆ ☆

29

Titre de livre______________________________________ Pages_____

Auteur :_________________ Année de parrution :_______

Genre :_________________ Thème : _______________

Débuté le :_______________ Terminé le :_____________

Personnage (s) Principal (aux) :____________________

____

Mes Citations Préférées

Pages

____ ______

____ ______

____ ______

____

Résumé

____

____

____

____

____

____

____

Appréciation

☆ ☆ ☆ ☆ ☆

30

Titre de livre_________________________________ Pages_____

Auteur :_____________________ Année de parrution :_______

Genre :_____________________ Thème : _______________

Débuté le :_________________ Terminé le :______________

Personnage (s) Principal (aux) :_______________________

____

Pages

____ ______

____ ______

____ ______

____ ______

____

____

____

____

____

____

____

31

Titre de livre_________________________________ Pages______

Auteur :_________________ Année de parrution :_______

Genre :_________________ Thème : _______________

Débuté le : _______________ Terminé le : _____________

Personnage (s) Principal (aux) :_________________

____

Pages

____ ____

____ ____

____ ____

____ ____

____

____

____

____

____

____

32

Titre de livre_________________________________ Pages_____

Auteur :_____________________ Année de parrution :________

Genre :______________________ Thème : ________________

Débuté le :___________________ Terminé le :______________

Personnage (s) Principal (aux) :_______________________

____

Mes Citations Préférées

Pages

____ ________

____ ________

____ ________

____ ________

Résumé

____

____

____

____

____

____

Appréciation

33

Titre de livre_________________________________ Pages______

Auteur :________________ Année de parrution :________

Genre :________________ Thème : ________________

Débuté le :________________ Terminé le :________________

Personnage (s) Principal (aux) :________________

____

Pages

____ ___________

____ ___________

____ ___________

____ ___________

____

____

____

____

____

____

☆ ☆ ☆ ☆ ☆

34

Titre de livre_______________________________________ Pages______

Auteur :__________________ Année de parrution :________

Genre :__________________ Thème : _________________

Débuté le : _________________ Terminé le : _______________

Personnage (s) Principal (aux) :_____________________

____

Pages

____ ________

____ ________

____ ________

____ ________

____

____

____

____

____

____

____

Titre de livre_________________________________ Pages_____

Auteur :________________ Année de parrution :________

Genre :________________ Thème : ________________

Débuté le : ________________ Terminé le : ________________

Personnage (s) Principal (aux) :________________________

____

Pages

_______________________________________ ___________

_______________________________________ ___________

_______________________________________ ___________

____

____

____

____

____

____

____

☆ ☆ ☆ ☆ ☆   36

*Titre de livre*___________________________________ Pages_____

Auteur :_____________________ Année de parrution :________

Genre :______________________ Thème : _________________

Débuté le :___________________ Terminé le :______________

Personnage (s) Principal (aux) :_______________________

____

Mes Citations Préférées

Pages

____ ______

____ ______

____ ______

____ ______

Résumé

____

____

____

____

____

____

Appréciation

☆ ☆ ☆ ☆ ☆

Titre de livre____ Pages_____

Auteur :______________________ Année de parrution :________

Genre :______________________ Thème : ________________

Débuté le :____________________ Terminé le :______________

Personnage (s) Principal (aux) :________________________

____

Mes Citations Préférées

Pages

____

____

____

____

Résumé

____

____

____

____

____

____

Appréciation

Titre de livre_______________________________________ Pages_____

Auteur :_____________________ Année de parrution :_______

Genre :_____________________ Thème : _______________

Débuté le :_________________ Terminé le :_______________

Personnage (s) Principal (aux) :_______________________

____

Pages

____ ______

____ ______

____ ______

____ ______

____

____

____

____

____

____

____

39

Titre de livre_______________________________________ Pages______

Auteur :_________________________ Année de parrution :________

Genre :__________________________ Thème : _________________

Débuté le :_______________________ Terminé le :______________

Personnage (s) Principal (aux) :_______________________________

____

Mes Citations Préférées

Pages

____ ________

____ ________

____ ________

____

Résumé

____

____

____

____

____

____

Appréciation

☆ ☆ ☆ ☆ ☆

40

Titre de livre____ Pages______

Auteur :__________________________ Année de parrution :________

Genre :___________________________ Thème : ________________

Débuté le :_______________________ Terminé le :______________

Personnage (s) Principal (aux) :______________________________

____

Pages

____ ________

____ ________

____ ________

____ ________

____

____

____

____

____

____

____

41

Titre de livre ___________________ Pages ___

Auteur : ___________ Année de parrution : ___

Genre : ___________ Thème : ___________

Débuté le : ___________ Terminé le : ___________

Personnage (s) Principal (aux) : ___________

____

Mes Citations Préférées

Pages

_______________________________ ___

_______________________________ ___

_______________________________ ___

_______________________________ ___

Résumé

____

____

____

____

____

Appréciation

☆ ☆ ☆ ☆ ☆

42

*Titre de livre*___________________________ Pages_____

Auteur :_________________ Année de parrution :_______

Genre :_________________ Thème : _______________

Débuté le : _______________ Terminé le :_____________

Personnage (s) Principal (aux) :_______________________

____

Mes Citations Préférées

Pages

_________________________________ _______

_________________________________ _______

_________________________________ _______

_________________________________ _______

Résumé

____

____

____

____

____

____

Appréciation

43

Titre de livre_______________________________________ Pages______

Auteur :_________________________ Année de parrution :________

Genre :_________________________ Thème : ________________

Débuté le :_______________________ Terminé le :________________

Personnage (s) Principal (aux) :_________________________________

____

Pages

____

____

____

____

____

____

____

____

____

____

☆ ☆ ☆ ☆ ☆

44

Titre de livre_________________________________ Pages______

Auteur :________________ Année de parrution :________

Genre :________________ Thème : ________________

Débuté le :________________ Terminé le :________________

Personnage (s) Principal (aux) :________________

____

Pages

____ _______

____ _______

____ _______

____ _______

____

____

____

____

____

____

____

45

Titre de livre___________________________________ Pages_____

Auteur :________________ Année de parrution :________

Genre :_________________ Thème : _______________

Débuté le :______________ Terminé le :_____________

Personnage (s) Principal (aux) :__________________

____

Pages

____ _______

____ _______

____ _______

____ _______

____

____

____

____

____

____

☆ ☆ ☆ ☆ ☆

Titre de livre________________________________ Pages_____

Auteur :_________________ Année de parrution :_______

Genre :_________________ Thème : _______________

Débuté le :_______________ Terminé le :_______________

Personnage (s) Principal (aux) :_____________________

____

Pages

____ ______

____ ______

____ ______

____ ______

____

____

____

____

____

____

☆ ☆ ☆ ☆ ☆

47

Titre de livre________________________________ Pages_____

Auteur :__________________ Année de parrution :________

Genre :__________________ Thème : ________________

Débuté le :________________ Terminé le :______________

Personnage (s) Principal (aux) :________________________

____

Pages

_______________________________________ ____

_______________________________________ ____

_______________________________________ ____

_______________________________________ ____

____

____

____

____

____

____

☆ ☆ ☆ ☆ ☆

48

*Titre de livre*___________________________ *Pages*_____

Auteur :________________ Année de parrution :_______

Genre :________________ Thème : ______________

Débuté le : ______________ Terminé le : ____________

Personnage (s) Principal (aux) :________________

____

Mes Citations Préférées

Pages

_____________________________________ _____
_____________________________________ _____
_____________________________________ _____
_____________________________________ _____

Résumé

____
____
____
____
____
____

Appréciation

☆ ☆ ☆ ☆ ☆

Titre de livre_______________________________________ Pages_______

Auteur :_____________________ Année de parrution :___________

Genre :_____________________ Thème : ___________________

Débuté le :_________________ Terminé le :_________________

Personnage (s) Principal (aux) :_______________________________

____

Mes Citations Préférées

Pages

____ _______________

____ _______________

____ _______________

____

Résumé

____

____

____

____

____

____

Appréciation

50

Titre de livre___________________________________ Pages_____

Auteur :___________________ Année de parrution :_______

Genre :____________________ Thème : _______________

Débuté le :________________ Terminé le : _____________

Personnage (s) Principal (aux) :_______________________

____

Mes Citations Préférées   Pages

____ _______

____ _______

____ _______

____ _______

Résumé

____

____

____

____

____

____

Appréciation

51

Titre de livre_______________________________ Pages______

Auteur :___________________ Année de parrution :________

Genre :____________________ Thème : ________________

Débuté le :_________________ Terminé le :_____________

Personnage (s) Principal (aux) :______________________

____

Mes Citations Préférées   Pages

_______________________________________ _______

_______________________________________ _______

_______________________________________ _______

_______________________________________ _______

Résumé

____

____

____

____

____

____

Appréciation

☆ ☆ ☆ ☆ ☆

52

Titre de livre_______________________________ Pages______

Auteur :_________________ Année de parrution :________

Genre :_________________ Thème : _________________

Débuté le : _________________ Terminé le : _________________

Personnage (s) Principal (aux) :_________________

____

Mes Citations Préférées

Pages

____ ________

____ ________

____ ________

____ ________

Résumé

____

____

____

____

____

____

Appréciation

☆ ☆ ☆ ☆ ☆

Titre de livre____ Pages______

Auteur :_________________________ Année de parrution :________

Genre :_________________________ Thème : _________________

Débuté le :_________________________ Terminé le :_________________

Personnage (s) Principal (aux) :_________________________________

____

Pages

____ ________

____ ________

____ ________

____ ________

____

____

____

____

____

____

____

☆ ☆ ☆ ☆ ☆

Titre de livre_________________________________ Pages______

Auteur :____________________ Année de parrution :________

Genre :____________________ Thème : ________________

Débuté le :____________________ Terminé le :________________

Personnage (s) Principal (aux) :________________________

____

Mes Citations Préférées

Pages

____ _______

____ _______

____ _______

____ _______

Résumé

____

____

____

____

____

____

Appréciation

Titre de livre_________________________________ Pages_____

Auteur : _________________ Année de parrution : _______

Genre : _________________ Thème : _______________

Débuté le : _______________ Terminé le : ____________

Personnage (s) Principal (aux) : ____________________

____

Mes Citations Préférées

Pages

____ ____

____ ____

____ ____

____

Résumé

____

____

____

____

____

____

Appréciation

Titre de livre_______________________________ Pages_____

Auteur :___________________ Année de parrution :_______

Genre :___________________ Thème : _______________

Débuté le :_________________ Terminé le :_____________

Personnage (s) Principal (aux) :___________________________

____

Mes Citations Préférées   Pages

____ ________

____ ________

____ ________

____ ________

Résumé

____

____

____

____

____

____

____

Appréciation

57

Titre de livre_______________________________________ Pages______

Auteur :___________________________ Année de parrution :________

Genre :____________________________ Thème : __________________

Débuté le :________________________ Terminé le :________________

Personnage (s) Principal (aux) :_________________________________

____

Mes Citations Préférées

Pages

____ _________

____ _________

____ _________

____ _________

Résumé

____

____

____

____

____

____

Appréciation

☆ ☆ ☆ ☆ ☆

Titre de livre_________________________________ Pages______

Auteur :_______________________ Année de parrution :________

Genre : _______________________ Thème : _______________

Débuté le :_____________________ Terminé le :______________

Personnage (s) Principal (aux) :_______________________

____

Pages

_______________________________________ ______

_______________________________________ ______

_______________________________________ ______

_______________________________________ ______

____

____

____

____

____

____

____

☆ ☆ ☆ ☆ ☆

Titre de livre_______________________________ Pages_____

Auteur :_______________ Année de parrution :_______

Genre :_______________ Thème : _______________

Débuté le :_______________ Terminé le :_______________

Personnage (s) Principal (aux) :_______________

____

Pages

____

____

____

____

____

____

____

____

____

____

____

☆ ☆ ☆ ☆ ☆

60

*Titre de livre*___________________________ Pages_____

Auteur :________________ Année de parrution :_______

Genre :________________ Thème : _______________

Débuté le :________________ Terminé le :_______________

Personnage (s) Principal (aux) :_______________

____

Pages

____ _____

____ _____

____ _____

____ _____

____

____

____

____

____

____

61

Titre de livre______________________________________ Pages______

Auteur :_______________________ Année de parrution :________

Genre :_______________________ Thème : ________________

Débuté le :_______________________ Terminé le :________________

Personnage (s) Principal (aux) :________________________

____

Pages

____ ________

____ ________

____ ________

____

____

____

____

____

____

____

62

*Titre de livre*___________________________________ *Pages*______

Auteur :__________________ Année de parrution :________

Genre :__________________ Thème : _________________

Débuté le :________________ Terminé le : _____________

Personnage (s) Principal (aux) :_______________________

____

Mes Citations Préférées

Pages

____ ______

____ ______

____ ______

____ ______

Résumé

____

____

____

____

____

____

____

Appréciation

Titre de livre_____________________________________ Pages_____

Auteur :________________ Année de parrution :________

Genre :________________ Thème : ________________

Débuté le :______________ Terminé le :____________

Personnage (s) Principal (aux) :________________________

____

Pages

____

____

____

____

____

____

____

____

____

____

64

Titre de livre________________________________ Pages_____

Auteur :_________________ Année de parrution :_______

Genre :_________________ Thème : _______________

Débuté le :_______________ Terminé le :_____________

Personnage (s) Principal (aux) :_______________________

____

Mes Citations Préférées

Pages

____ _______

____ _______

____ _______

____ _______

Résumé

____

____

____

____

____

____

Appréciation

Titre de livre___________________________________ Pages_____

Auteur :_______________________ Année de parrution :________

Genre :________________________ Thème : _________________

Débuté le :_____________________ Terminé le :______________

Personnage (s) Principal (aux) :_________________________

____

Mes Citations Préférées

Pages

____ _________

____ _________

____ _________

____

Résumé

____

____

____

____

____

____

Appréciation

☆ ☆ ☆ ☆ ☆

Titre de livre_______________________________ Pages_____

Auteur :_______________ Année de parrution :_______

Genre :_______________ Thème : _______________

Débuté le :_______________ Terminé le :_______________

Personnage (s) Principal (aux) :_______________

____

Pages

_______________________________________ _____

_______________________________________ _____

_______________________________________ _____

_______________________________________ _____

____

____

____

____

____

____

☆ ☆ ☆ ☆ ☆

67

*Titre de livre*_______________________ Pages_____

Auteur :_________________ Année de parrution :_______

Genre :_________________ Thème : _________________

Débuté le :_________________ Terminé le :_________________

Personnage (s) Principal (aux) :_________________

____

Mes Citations Préférées

Pages

____
____
____
____

Résumé

____
____
____
____
____
____

Appréciation

*Titre de livre*_______________________________ Pages______

Auteur :_____________________ Année de parrution :________

Genre :______________________ Thème : ________________

Débuté le :___________________ Terminé le :_______________

Personnage (s) Principal (aux) :________________________________

____

Mes Citations Préférées

Pages

____ ________

____ ________

____ ________

____ ________

Résumé

____

____

____

____

____

____

____

Appréciation

69

Titre de livre_______________________________________ Pages______

Auteur :_______________________ Année de parrution :_________

Genre :_______________________ Thème : _________________

Débuté le : _____________________ Terminé le : _______________

Personnage (s) Principal (aux) :_____________________________

____

Pages

____ ____________

____ ____________

____ ____________

____ ____________

____

____

____

____

____

____

____

☆ ☆ ☆ ☆ ☆

70

Titre de livre___________________________________ Pages______

Auteur :_______________ Année de parrution :________

Genre :_______________ Thème : _______________

Débuté le :_______________ Terminé le :_______________

Personnage (s) Principal (aux) :_______________

____

Pages

____

____

____

____

____

____

____

____

____

____

Titre de livre______________________________________ Pages______

Auteur :_____________________ Année de parrution :________

Genre : _____________________ Thème : _______________

Débuté le : _________________ Terminé le : ______________

Personnage (s) Principal (aux) :_______________________

____

Pages

____ ________

____ ________

____ ________

____ ________

____

____

____

____

____

____

☆ ☆ ☆ ☆ ☆

72

Titre de livre_______________________________ Pages______

Auteur :__________________ Année de parrution :________

Genre :__________________ Thème : ________________

Débuté le :________________ Terminé le :______________

Personnage (s) Principal (aux) :____________________

____

                    Pages

____ ________

____ ________

____ ________

____ ________

____

____

____

____

____

____

73

Titre de livre _________________________________ Pages _______

Auteur : ___________________ Année de parrution : _________

Genre : ____________________ Thème : ______________________

Débuté le : ________________ Terminé le : _________________

Personnage (s) Principal (aux) : _____________________________

____

Pages

____ ________

____ ________

____ ________

____ ________

____

____

____

____

____

____

74

*Titre de livre*___________________________________ Pages_____

Auteur :_________________________ Année de parrution :________

Genre :_________________________ Thème : _________________

Débuté le :_________________________ Terminé le :_____________

Personnage (s) Principal (aux) :_________________________________

____

Pages

____ ______

____ ______

____ ______

____ ______

____

____

____

____

____

____

75

Titre de livre______________________________ Pages______

Auteur :________________ Année de parrution :________

Genre :________________ Thème : ______________

Débuté le :________________ Terminé le :________________

Personnage (s) Principal (aux) :________________

____

Mes Citations Préférées

Pages

______________________________ ______

______________________________ ______

______________________________ ______

____

Résumé

____

____

____

____

____

____

____

Appréciation

☆ ☆ ☆ ☆ ☆

Titre de livre_________________________________ Pages______

Auteur : _________________ Année de parrution : _______

Genre : _________________ Thème : _________________

Débuté le : _________________ Terminé le : _________________

Personnage (s) Principal (aux) : _________________________

____

Pages

____ ________

____ ________

____ ________

____ ________

____

____

____

____

____

____

77

Titre de livre_______________________________ Pages_____

Auteur :_________________ Année de parrution :________

Genre :_________________ Thème : _______________

Débuté le :_______________ Terminé le :_____________

Personnage (s) Principal (aux) :_____________________

____

Mes Citations Préférées   Pages

____

____

____

____

Résumé

____

____

____

____

____

____

Appréciation

☆ ☆ ☆ ☆ ☆   78

Titre de livre________________________________ Pages_____

Auteur :___________________ Année de parrution :________

Genre :___________________ Thème : ____________________

Débuté le :________________ Terminé le :________________

Personnage (s) Principal (aux) :______________________

____

Pages

____ _______

____ _______

____ _______

____ _______

____

____

____

____

____

____

☆ ☆ ☆ ☆ ☆

79

Titre de livre___________________________________ Pages_____

Auteur :___________________ Année de parrution :________

Genre :___________________ Thème : ________________

Débuté le :___________________ Terminé le :________________

Personnage (s) Principal (aux) :___________________________

____

Pages

____
____
____
____

____
____
____
____
____
____

80

Titre de livre _______________________ Pages _____

Auteur : _______________ Année de parrution : _______

Genre : _______________ Thème : _______________

Débuté le : _______________ Terminé le : _______________

Personnage (s) Principal (aux) : _______________

____

Mes Citations Préférées

Pages

_______________________________________ ___

_______________________________________ ___

_______________________________________ ___

_______________________________________ ___

Résumé

____

____

____

____

____

____

____

Appréciation

Titre de livre_________________________________ Pages______

Auteur :_________________ Année de parrution :________

Genre :_________________ Thème : _________________

Débuté le : _________________ Terminé le : _________________

Personnage (s) Principal (aux) :_________________

____

Mes Citations Préférées   Pages

_______________________________________ ________
_______________________________________ ________
_______________________________________ ________
_______________________________________ ________

Résumé

____
____
____
____
____
____

Appréciation

☆ ☆ ☆ ☆ ☆   82

Titre de livre__________________________ Pages______

Auteur :_________________ Année de parrution :________

Genre :_________________ Thème : ______________

Débuté le :_______________ Terminé le :______________

Personnage (s) Principal (aux) :________________________

____

Pages

______________________________________ ________

______________________________________ ________

______________________________________ ________

______________________________________ ________

____

____

____

____

____

____

83

Titre de livre_______________________________________ Pages______

Auteur :_________________________ Année de parrution :_________

Genre : _________________________ Thème : _________________

Débuté le : ______________________ Terminé le :______________

Personnage (s) Principal (aux) :_________________________________

____

Pages

____ ______

____ ______

____ ______

____ ______

____

____

____

____

____

____

____

☆ ☆ ☆ ☆ ☆

84

Mes Citations Préférées

Pages

_______________________________ __
_______________________________ __
_______________________________ __
_______________________________ __

Résumé

____
____
____
____
____
____

Appréciation

Titre de livre________________________________ Pages_____

Auteur :________________ Année de parrution :________

Genre :________________ Thème : ________________

Débuté le :________________ Terminé le :________________

Personnage (s) Principal (aux) :________________________

____

Mes Citations Préférées

Pages

____ ______

____ ______

____ ______

____ ______

Résumé

____

____

____

____

____

____

Appréciation

Titre de livre_________________________________ Pages_____

Auteur :_________________ Année de parrution :________

Genre :_________________ Thème : _________________

Débuté le :_________________ Terminé le :_________________

Personnage (s) Principal (aux) :_________________

____

Mes Citations Préférées

Pages

____ _____

____ _____

____ _____

____ _____

Résumé

____

____

____

____

____

____

Appréciation

Titre de livre_________________________________ Pages_____

Auteur :_______________________ Année de parrution :________

Genre :_______________________ Thème : _________________

Débuté le : ____________________ Terminé le : _______________

Personnage (s) Principal (aux) :_________________________

____

Mes Citations Préférées Pages

____ ________

____ ________

____ ________

____ ________

Résumé

____

____

____

____

____

____

Appréciation

Titre de livre__________________________________ Pages_____

Auteur :_________________ Année de parrution :________

Genre :_________________ Thème : _________________

Débuté le : _________________ Terminé le : _________________

Personnage (s) Principal (aux) :_________________

____

Pages

____ _______

____ _______

____ _______

____ _______

____

____

____

____

____

____

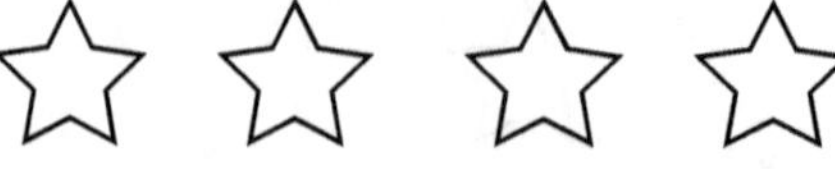

Titre de livre _______________________________ Pages _____

Auteur : _______________________ Année de parrution : _______

Genre : _______________________ Thème : _______________________

Débuté le : _______________________ Terminé le : _______________________

Personnage (s) Principal (aux) : _______________________

____

Mes Citations Préférées   Pages

____ _______

____ _______

____ _______

____ _______

Résumé

____

____

____

____

____

____

____

Appréciation

☆ ☆ ☆ ☆ ☆

90

Titre de livre______________________________ Pages_____

Auteur :_______________ Année de parrution :_______

Genre :_______________ Thème : _______________

Débuté le :_______________ Terminé le :_______________

Personnage (s) Principal (aux) :_______________

____

Pages

_______________________________________ _____

_______________________________________ _____

_______________________________________ _____

_______________________________________ _____

____

____

____

____

____

____

☆ ☆ ☆ ☆ ☆

91

Titre de livre_________________________________ Pages_____

Auteur :_____________________ Année de parrution :_______

Genre :_____________________ Thème : ________________

Débuté le : _________________ Terminé le :_____________

Personnage (s) Principal (aux) :_________________________

____

Mes Citations Préférées

Pages

____ _______

____ _______

____ _______

____ _______

Résumé

____

____

____

____

____

____

Appréciation

☆ ☆ ☆ ☆ ☆

Titre de livre_____________________________________ Pages_____

Auteur :__________________ Année de parrution :________

Genre :__________________ Thème : ________________

Débuté le :________________ Terminé le :______________

Personnage (s) Principal (aux) :________________________

____

Mes Citations Préférées

Pages

____ _______

____ _______

____ _______

____ _______

Résumé

____

____

____

____

____

____

____

Appréciation

93

Titre de livre__________________________ Pages_____

Auteur : ___________________ Année de parrution : _______

Genre : ___________________ Thème : _______________

Débuté le : _________________ Terminé le : _______________

Personnage (s) Principal (aux) : _________________________

____

Pages

____

____

____

____

____

____

____

____

____

____

____

94

Titre de livre_______________________________________ Pages______

Auteur :_______________________ Année de parrution :________

Genre :_______________________ Thème : _______________

Débuté le :_______________________ Terminé le :_______________

Personnage (s) Principal (aux) :_______________________

____

Mes Citations Préférées

Pages

____

____

____

____

Résumé

____

____

____

____

____

____

Appréciation

95

Titre de livre_______________________________________ Pages_____

Auteur :_____________________ Année de parrution :________

Genre :_____________________ Thème : _______________

Débuté le :_________________ Terminé le :________________

Personnage (s) Principal (aux) :________________________

____

Pages

____ _____

____ _____

____ _____

____

____

____

____

____

____

____

☆ ☆ ☆ ☆ ☆

96

Titre de livre_______________________________________ Pages______

Auteur :_________________________ Année de parrution :________

Genre :_________________________ Thème : _________________

Débuté le :_________________________ Terminé le :_________________

Personnage (s) Principal (aux) :_________________________

____

Pages

____ _______

____ _______

____ _______

____ _______

____

____

____

____

____

____

____

☆ ☆ ☆ ☆ ☆

97

Titre de livre _____________________________ Pages _____

Auteur : _________________ Année de parrution : _______

Genre : _________________ Thème : _______________

Débuté le : _______________ Terminé le : _____________

Personnage (s) Principal (aux) : ___________________

____

Pages

____ _______

____ _______

____ _______

____ _______

____

____

____

____

____

____

98

Titre de livre________________________________ Pages______

Auteur :_____________________ Année de parrution :________

Genre :_____________________ Thème : _________________

Débuté le :_______________ Terminé le :______________

Personnage (s) Principal (aux) :_______________________

____

Mes Citations Préférées

Pages

____ ______

____ ______

____ ______

____ ______

Résumé

____

____

____

____

____

____

____

Appréciation

99

Titre de livre_____________________________________ Pages_____

Auteur :_____________________ Année de parrution :________

Genre :_____________________ Thème : _________________

Débuté le :_________________ Terminé le :_____________

Personnage (s) Principal (aux) :_________________________

____

Pages

____

____

____

____

____

____

____

____

____

☆ ☆ ☆ ☆ ☆

100

Titre de livre_____________________________________ Pages______

Auteur :_________________________ Année de parrution :_________

Genre :__________________________ Thème : _________________

Débuté le : ______________________ Terminé le : ______________

Personnage (s) Principal (aux) :_________________________________

____

Pages

____ ________

____ ________

____ ________

____ ________

____

____

____

____

____

____

____

Titre de livre______________________________ Pages_____

Auteur :__________________ Année de parrution :________

Genre :__________________ Thème : ______________

Débuté le :__________________ Terminé le :______________

Personnage (s) Principal (aux) :____________________

____

Mes Citations Préférées

Pages

____

____

____

____

Résumé

____

____

____

____

____

____

Appréciation

☆ ☆ ☆ ☆ ☆

Titre de livre _______________________________ Pages _____

Auteur : _______________ Année de parrution : _______

Genre : _______________ Thème : _______________

Débuté le : _______________ Terminé le : _______________

Personnage (s) Principal (aux) : _______________

____

Pages

_______________________________________ _____

_______________________________________ _____

_______________________________________ _____

_______________________________________ _____

____

____

____

____

____

____

☆ ☆ ☆ ☆ ☆

103

Titre de livre_________________________________ Pages_____

Auteur :________________ Année de parrution :_______

Genre :________________ Thème : ________________

Débuté le :________________ Terminé le :________________

Personnage (s) Principal (aux) :________________

____

Pages

____

____

____

____

____

____

____

____

____

____

☆ ☆ ☆ ☆ ☆

104

Titre de livre_____________________________ Pages_____

Auteur :________________ Année de parrution :________

Genre :________________ Thème : ________________

Débuté le :________________ Terminé le :________________

Personnage (s) Principal (aux) :________________

____

Mes Citations Préférées

Pages

____ _____

____ _____

____ _____

____ _____

Résumé

____

____

____

____

____

____

____

Appréciation

105

Titre de livre_____________________________ Pages_____

Auteur :_________________ Année de parrution :_______

Genre :_________________ Thème : _______________

Débuté le : _______________ Terminé le :_____________

Personnage (s) Principal (aux) :_____________________

____

Pages

____ _______

____ _______

____ _______

____ _______

____

____

____

____

____

____

____

☆ ☆ ☆ ☆ ☆

Notes

Notes

Notes

Notes

Notes

Notes

Notes

Notes

Notes

Notes

Notes

Notes

Notes

Notes

Notes

Notes

Notes

Notes

Prochains livres

Titre	Auteur

Prochains livres

Titre | Auteur

Livres prêtés

Titre	Nom et Prénom

Livres empruntés

Titre	Nom et Prénom